Unang Larawan na Diksyunaryo
Mga Hayop

Baboy

Kuneho

Paru-paro

Soro

Iginuhit ni Anna Ivanir

www.kidkiddos.com
Copyright ©2025 by KidKiddos Books Ltd.
support@kidkiddos.com

All rights reserved. No part of this book may be reproduced in any form or by any electronic or mechanical means, including information storage and retrieval systems, without written permission from the publisher, except in the case of a reviewer, who may quote brief passages embodied in critical articles or in a review.
First edition, 2025

Library and Archives Canada Cataloguing in Publication
First Picture Dictionary – Animals (Tagalog edition)
ISBN: 978-1-83416-777-0 paperback
ISBN: 978-1-83416-778-7 hardcover
ISBN: 978-1-83416-776-3 eBook

Mga Mababangis na Hayop

Hippopotamus

Panda

Soro

Rinoceronte

Usa

Moose

Lobo

✦ Ang moose ay mahusay lumangoy at kayang sumisid sa ilalim ng tubig upang kumain ng mga halaman!

Ardilya

Koala

✦ Ang ardilya ay nagtatago ng mga mani para sa panahon ng taglamig, ngunit minsan nakakalimutan kung saan niya inilagay ang mga ito!

Gorilya

Mga Alagang Hayop

Canary

Guinea Pig

✦ *Ang palaka ay kayang huminga gamit ang balat nito pati na rin ang baga!*

Palaka

Hamster

Goldfish

Aso

♦ Ang ilang parrot ay kayang gumaya ng mga salita at tumawa na parang tao!

Pusa

Parrot

Tahimik na Mga Hayop

Pagong

Ladybug

♦ Ang pagong ay kayang mabuhay sa lupa at sa tubig.

Isda

Butiki

Owl

Paniki

✦Ang kuwago ay nangangaso sa gabi at gumagamit ng pandinig upang makahanap ng pagkain!

✦Ang alitaptap ay kumikislap sa gabi upang makahanap ng ibang alitaptap.

Rakun

Tarantula

Makukulay na mga Hayop

Ang kuwago ay kulay kayumanggi

Ang flamingo ay kulay rosas

Ang swan ay kulay puti

Ang pugita ay kulay ube

Ang palaka ay kulay berde

✦ Ang palaka ay kulay berde, kung kaya ay kaya nitong magtago sa mga dahon.

Mga Hayop at ang Kanilang mga Sanggol

Baka at Bisiro

Pusa at Kuting

✦ Ang sisiw ay nakikipag-usap sa kanyang ina kahit hindi pa ito napipisa.

Manok at Sisiw

Aso at Tuta

Paruparo at Uod

Tupa at Kordero

Kabayo at Bisiro

Baboy at Biik

Kambing at Batang Kambing

www.ingramcontent.com/pod-product-compliance
Lightning Source LLC
LaVergne TN
LVHW072103060526
838200LV00061B/4800